trường học - училище	2
du lịch - пътуване	5
vận chuyển - транспорт	8
thành phố - град	10
phong cảnh - пейзаж	14
khách sạn - ресторант	17
siêu thị - супермаркет	20
thức uống - напитки	22
thức ăn - ядене	23
nông trại - селски двор	27
nhà - къща	31
phòng khách - всекидневна	33
bếp - кухня	35
phòng tắm - баня	38
phòng trẻ em - детска стая	42
y phục - облекло	44
văn phòng - офис	49
kinh tế - икономика	51
nghề nghiệp - професии	53
dụng cụ - инструменти	56
nhạc cụ - музикални инструменти	57
vườn bách thú - зоологическа градина	59
thể thao - спорт	62
các hoạt động - дейности	63
gia đình - семейство	67
cơ thể - тяло	68
bệnh viện - болница	72
cấp cứu - спешен случай	76
trái đất - Земя	77
đồng hồ - часовник	79
tuần lễ - седмица	80
năm - година	81
hình dạng - форми	83
màu sắc - цветове	84
đối lập - противоположности	85
con số - числа	88
các ngôn ngữ - езици	90
ai / cái gì / như thế nào - кой / какво / как	91
ở đâu - къде	92

AF221714

Impressum
Verlag: BABADADA GmbH, Nedderfeld 112 , 22529 Hamburg
Geschäftsführer / Verlagsleitung: Harald Hof
Druck: Books on Demand GmbH, In de Tarpen 42, 22848 Norderstedt

Imprint
Publisher: BABADADA GmbH, Nedderfeld 112 , 22529 Hamburg, Germany
Managing Director / Publishing direction: Harald Hof
Print: Books on Demand GmbH, In de Tarpen 42, 22848 Norderstedt, Germany

trường học

училище

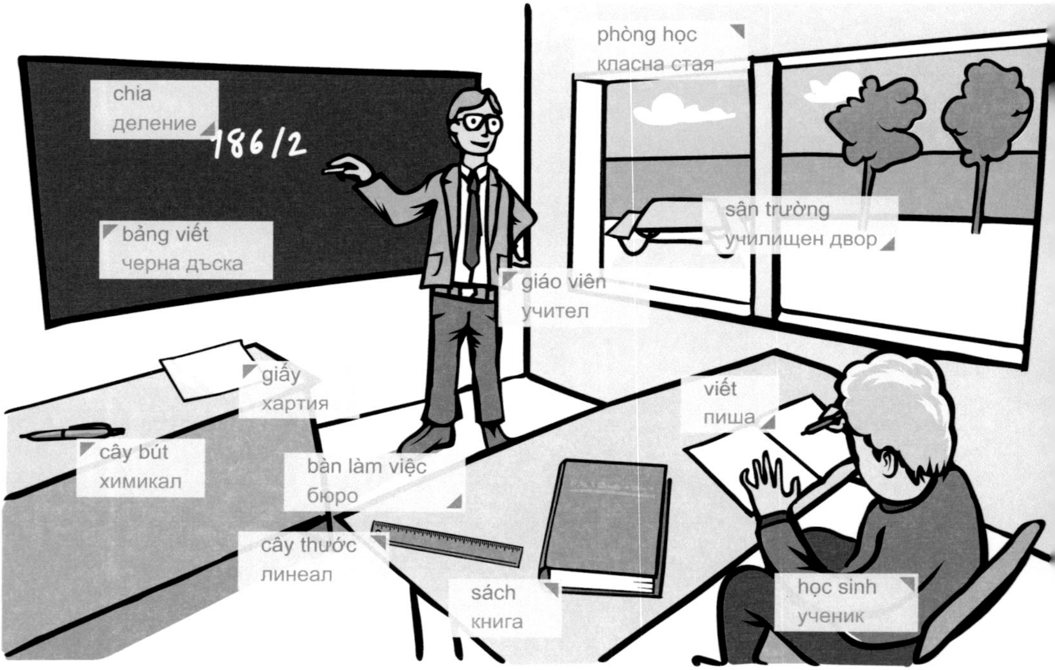

phòng học
класна стая
chia
деление
186/2
bảng viết
черна дъска
sân trường
училищен двор
giáo viên
учител
giấy
хартия
viết
пиша
cây bút
химикал
bàn làm việc
бюро
cây thước
линеал
sách
книга
học sinh
ученик

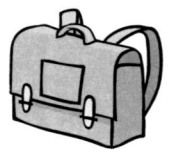

cặp đeo vai học sinh

ученическа раница

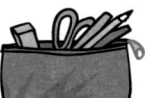

hộp đựng bút

ученически несесер

bút chì

молив

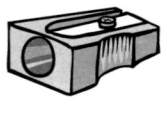

cái gọt bút chì

острилка за моливи

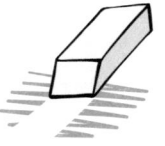

cục tẩy

гума

tập giấy vẽ

блок за рисуване

bản vẽ

рисунка

cọ vẽ

четка

hộp mực vẽ

акварелни бои

cây kéo

ножица

keo dán

лепило

sách bài tập

тетрадка за упражнения

bài tập ở nhà

домашна работа

số

число

cộng

събиране

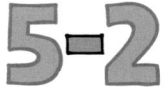

trừ

изваждане

nhân

умножение

tính toán

смятане

chữ cái

буква

bảng chữ cái

азбука

từ

дума

văn bản

текст

đọc

чета

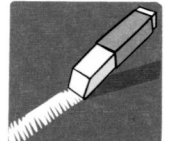

phấn viết

тебешир

bài học

час

sổ lớp

дневник на класа

thi kiểm tra

изпит

chứng chỉ

свидетелство

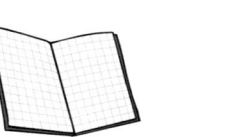

đồng phục học sinh

ученическа униформа

giáo dục

образование

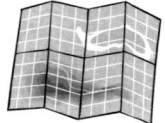

từ điển bách khoa

справочник

đại học

университет

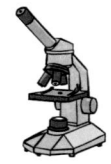

kính hiển vi

микроскоп

bản đồ

карта

thùng rác giấy

кошче за хартиени
отпадъци

du lịch
пътуване

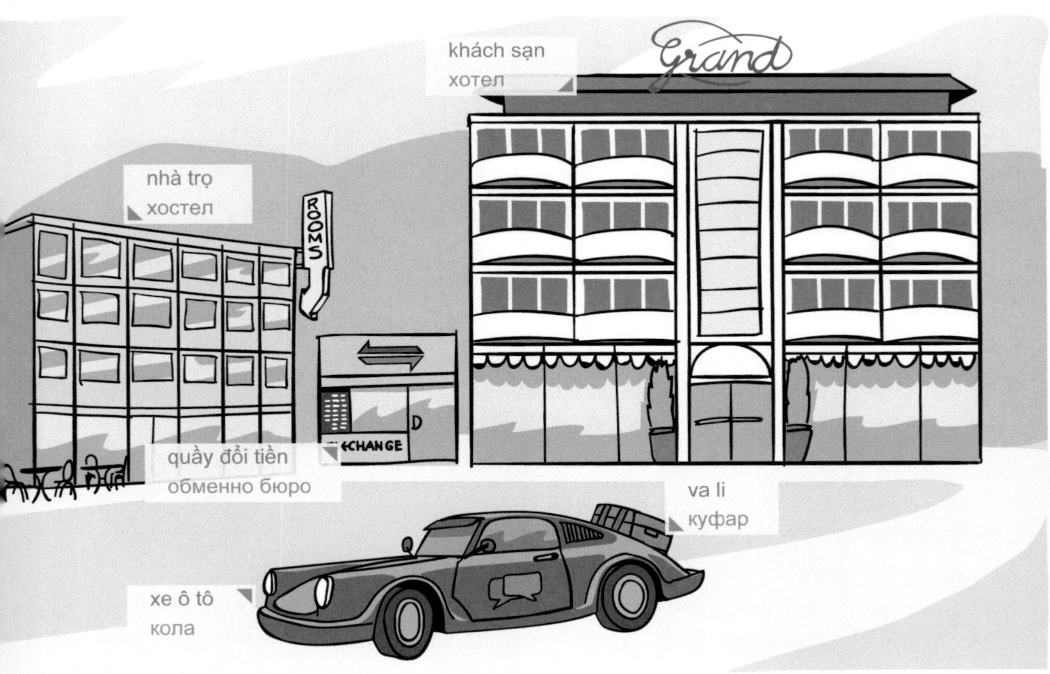
khách sạn
хотел
Grand
nhà trọ
хостел
ROOMS
quầy đổi tiền
обменно бюро
va li
куфар
xe ô tô
кола

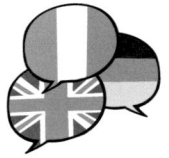

ngôn ngữ

език

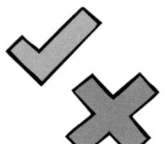

có / không

да / не

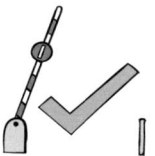

ô kê

Окей

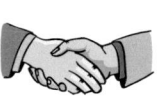

Xin chào

здравей

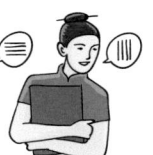

thông dịch viên

преводач

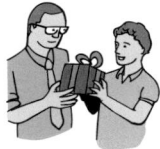

cám ơn

Благодаря

… bao nhiêu tiều?

Колко струва…?

tôi không hiểu

Не разбирам

vấn đề

проблем

Xin chào! (buổi tối)

Добър вечер!

xin chào! (buổi sáng)

Добро утро!

chúc ngủ ngon!

Лека нощ!

tạm biệt

довиждане

hướng đi

посока

hành lý

багаж

túi xách

пътна чанта

túi ba lô

раница

khách

посетител

phòng

стая

túi ngủ

спален чувал

lều

палатка

thông tin du lịch

туристическа информация

bãi biển

плаж

thẻ tín dụng

кредитна карта

ăn sáng

закуска

ăn trưa

обед

ăn tối

вечеря

vé xe

билет

thang máy

асансьор

tem bưu điện

пощенска марка

biên giới

граница

hải quan

митница

đại sứ quán

посолство

thị thực

виза

hộ chiếu

паспорт

vận chuyển

транспорт

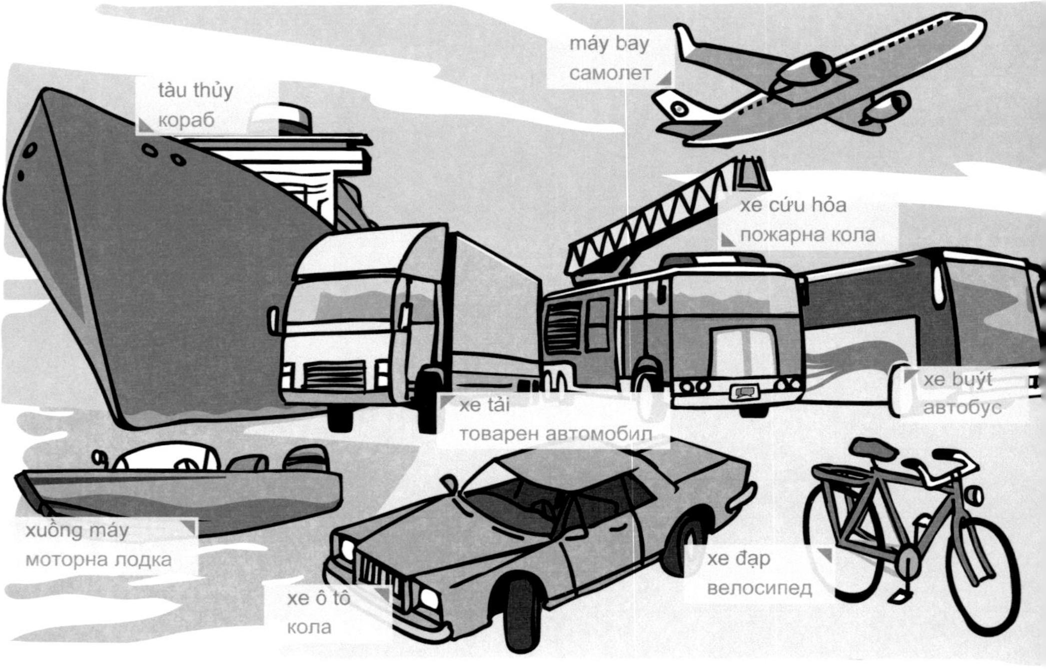

máy bay
самолет
tàu thủy
кораб
xe cứu hỏa
пожарна кола
xe buýt
автобус
xe tải
товарен автомобил
xuồng máy
моторна лодка
xe đạp
велосипед
xe ô tô
кола

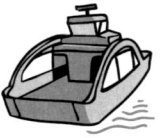

phà

феribот

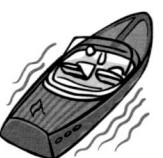

xuồng

лодка

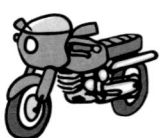

xe máy

мотоциклет

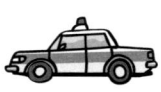

xe cảnh sát

полицейска кола

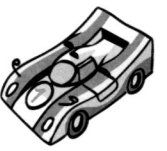

xe đua

състезателна кола

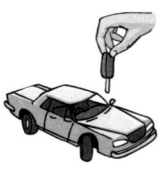

xe cho thuê

кола под наем

dịch vụ thuê xe tự lái

каршеринг

xe kéo cứu hộ

автомобил от "Пътна помощ"

xe rác

сметовоз

động cơ

двигател

xăng

бензин

trạm xăng

бензиностанция

biển báo giao thông

пътен знак

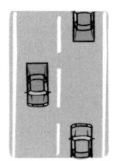

giao thông

улично движение

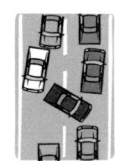

ách tắc giao thông

задръстване

bãi đậu xe

паркинг

nhà ga

гара

đường ray

релси

xe lửa

влак

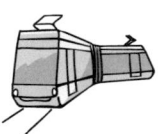

tàu điện

трамвай

toa xe

вагон

máy bay trực thăng

хеликоптер

sân bay

аерогара

tháp

кула

hành khách

пасажер

côngtenơ

контейнер

thùng các-tông

кашон

xe đẩy

ръчна количка

cái giỏ

кошница

cất cánh / hạ cánh

излитам / приземявам се

thành phố
град

làng

село

trung tâm thành phố

градски център

nhà

къща

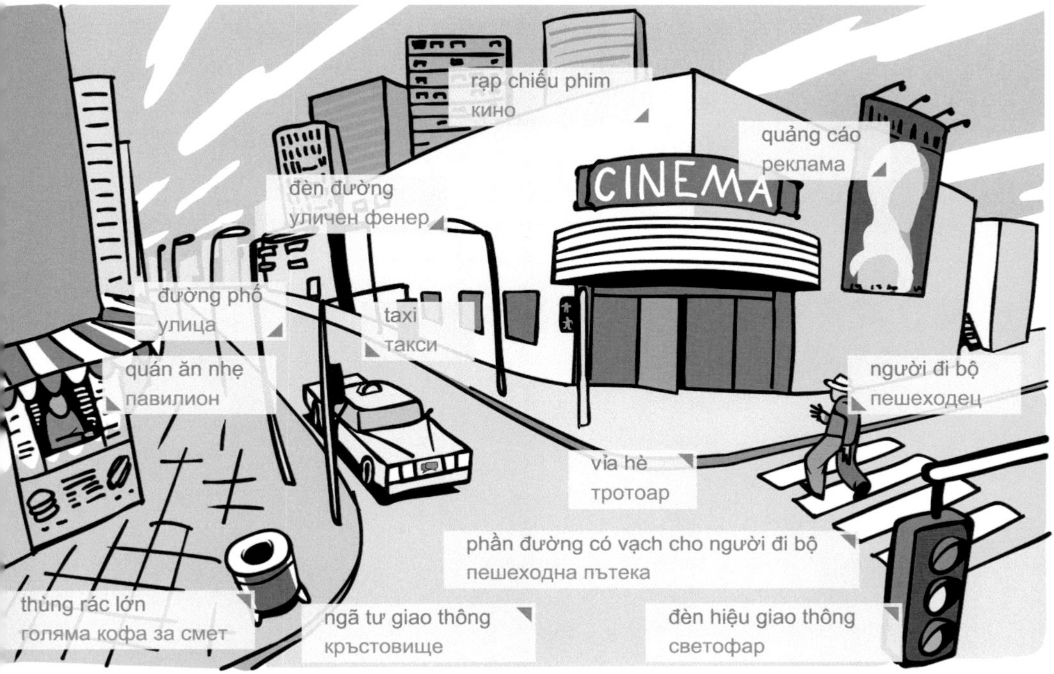

CINEMA

rạp chiếu phim / кино

quảng cáo / реклама

đèn đường / уличен фенер

đường phố / улица

taxi / такси

quán ăn nhẹ / павилион

người đi bộ / пешеходец

vỉa hè / тротоар

phần đường có vạch cho người đi bộ / пешеходна пътека

thùng rác lớn / голяма кофа за смет

ngã tư giao thông / кръстовище

đèn hiệu giao thông / светофар

nhà chòi

хижа

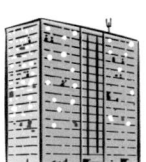

căn hộ

жилище

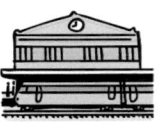

nhà ga

гара

tòa thị chính

кметство

viện bảo tàng

музей

trường học

училище

thành phố - град

đại học

университет

ngân hàng

банка

bệnh viện

болница

khách sạn

хотел

hiệu thuốc

аптека

văn phòng

офис

hiệu sách

книжарница

cửa hiệu

магазин за цветя

cửa hiệu bán hoa

магазин за цветя

siêu thị

супермаркет

chợ

пазар

cửa hàng bách hóa

универсален магазин

người bán cá

търговец на риба

trung tâm mua bán

търговски център

bến cảng

пристанище

công viên

парк

ghế băng

пейка

cầu

мост

cầu thang

стълба

tàu điện ngầm

метро

đường hầm

тунел

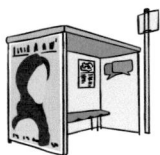

trạm xe buýt

автобусна спирка

quán bar

бар

khách sạn

ресторант

hòm thư công cộng

пощенска кутия

bảng hiệu đường

улична табелка

đồng hồ đậu xe

часовник за паркинг престой

vườn bách thú

зоологическа градина

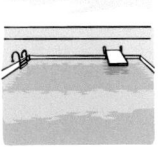

bể bơi

плувен басейн

nhà thờ Hồi giáo

джамия

nông trại

селски двор

ô nhiễm môi trường

замърсяване на околната среда

nghĩa trang

гробище

nhà thờ

църква

sân chơi

детска площадка

ngôi đền

храм

phong cảnh
пейзаж

lá cây
листо

bảng chỉ đường
пътепоказател

lối đi
път

bãi cỏ
ливада

hòn đá
камък

cây
дърво

người đi bộ đường dài
пътешественик

sông
река

cỏ
трева

bông hoa
цвете

thung lũng

долина

đồi

планина

hồ nước

море

rừng

гора

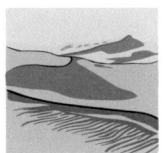

sa mạc

пустиня

núi lửa

вулкан

lâu đài

замък

cầu vồng

дъга

nấm

гъба

cây cọ

палма

con muỗi

комар

con ruồi

муха

con kiến

мравка

con ong

пчела

con nhện

паяк

bọ cánh cứng

бръмбар

con ếch

жаба

con sóc

катеричка

con nhím

таралеж

con thỏ

заек

con cú

кукумявка

con chim

птица

thiên nga

лебед

heo rừng

диво прасе

con hươu

елен

nai sừng tấm

лос

đê

бент

tuabin gió

вятърна турбина

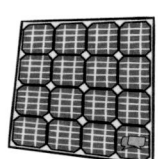

tấm năng lượng mặt trời

соларен модул

khí hậu

климат

khách sạn

ресторант

bồi bàn
келнер
thực đơn
меню
ghế
стол
súp
супа
bánh pizza
пица
khăn trải bàn
покривка за маса
bộ dao nĩa ăn
прибори за хранене

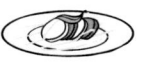

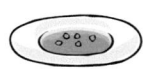

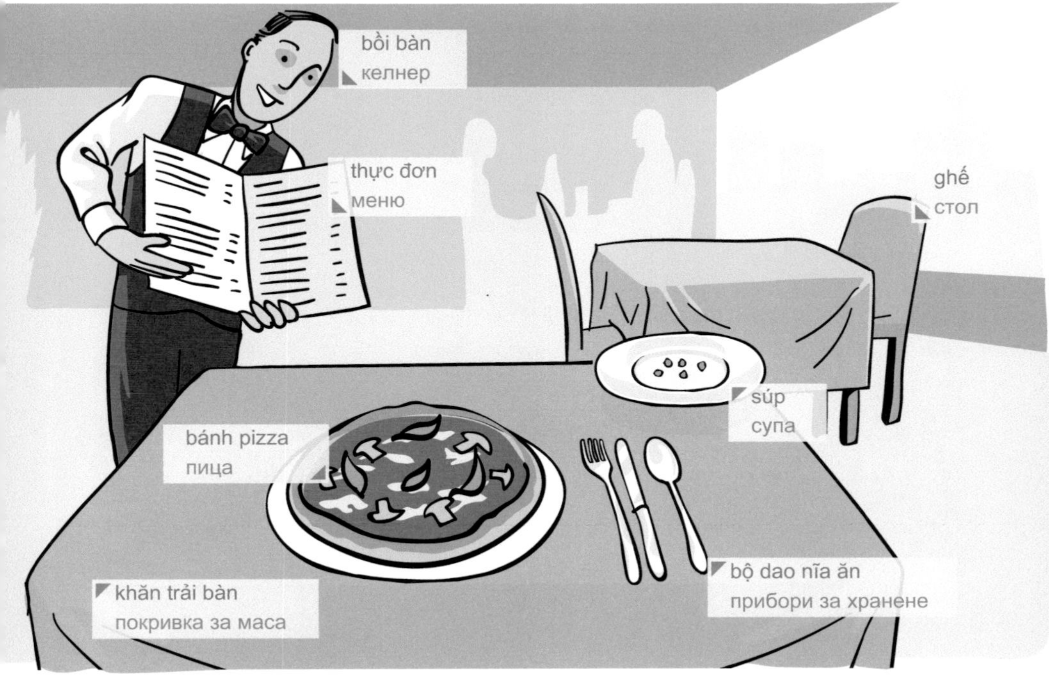

món ăn khai vị

предястие

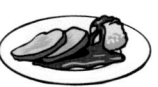

món ăn chính

основно ястие

món tráng miệng

десерт

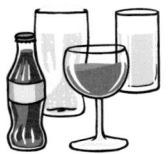

thức uống

напитки

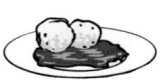

thức ăn

ядене

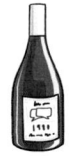

cái chai

бутилка

thức ăn nhanh

бързо хранене

thức ăn đường phố

улична храна

ấm trà

кана за чай

hộp đường

кутия за захар

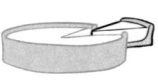

khẩu phần

порция

máy pha espresso

еспресо машина

ghế cao

висок детски стол

hóa đơn

сметка

khay

табла

dao

ножица за нокти

nĩa

вилица

thìa

лъжица

thìa uống trà

чаена лъжичка

khăn ăn

салфетка

cốc thủy tinh

стъклена чаша

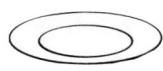

đĩa

чиния

đĩa súp

чиния за супа

đĩa lót cốc

чинийка

nước sốt

сос

lọ muối

солница

cái xay tiêu

мелничка за черен пипер

giấm

оцет

dầu

олио

gia vị

подправки

nước xốt cà chua

кетчуп

tương hạt cải

горчица

nước sốt mayonnaise

майонеза

siêu thị

супермаркет

chào giá đặc biệt
оферта
FOR
khách hàng
клиент
sản phẩm từ sữa
млечни продукти
trái cây
плодове
xe đẩy mua sắm
количка за покупки

BUTCHERS

lò mổ

кланица

BAKERY

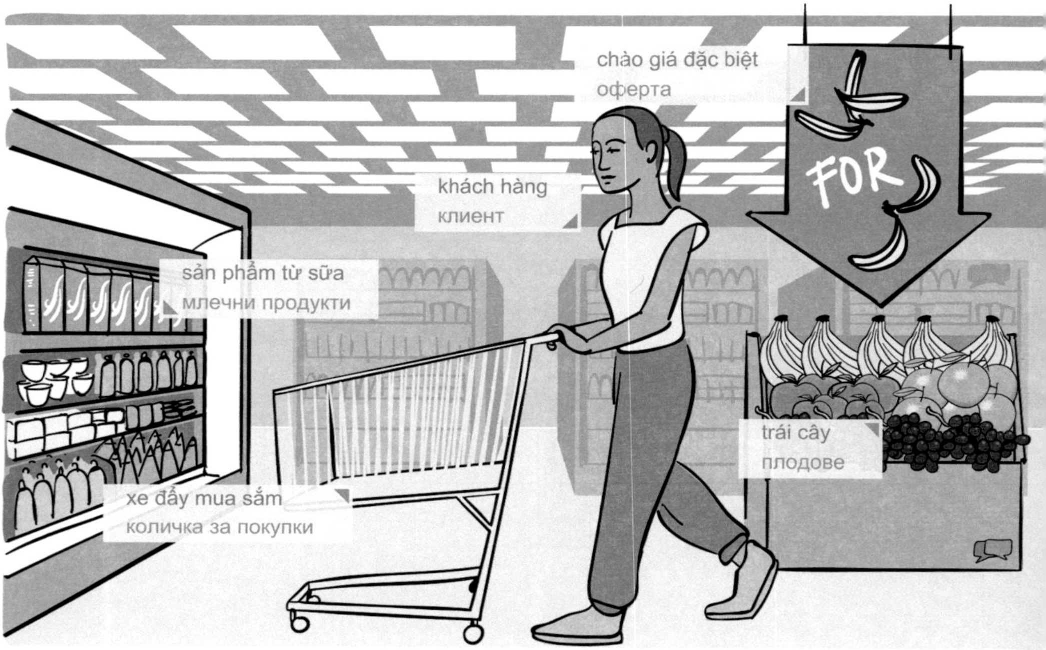

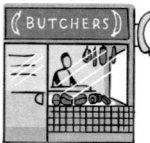

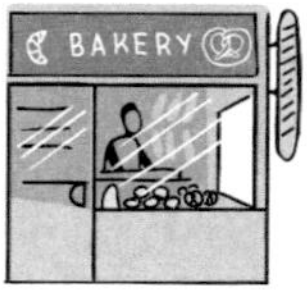

cửa hiệu bán bánh mì

хлебарница

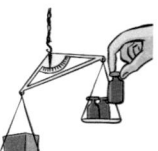

cân nặng

тегля

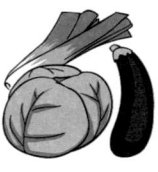

rau quả

зеленчуци

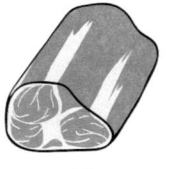

thịt

месо

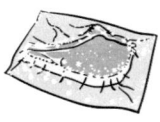

thức ăn đông lạnh

дълбоко замразена храна

lát thịt nguội

нарязан колбас или сирене

đồ hộp

консерви

bột giặt

перилен препарат

đồ ngọt

лакомства

sản phẩm dùng trong gia đình

домакински изделия

chất tẩy rửa

почистващи препарати

người bán hàng

продавачка

quầy trả tiền

каса

nhân viên thu ngân

касиер

danh sách mua sắm

списък на покупките

giờ mở cửa

работно време

ví tiền

портфейл

thẻ tín dụng

кредитна карта

túi đeo

чанта

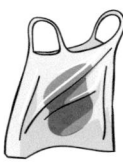

túi ny lông

пластмасова торба

siêu thị - супермаркет

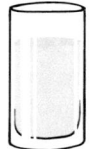

nước

вода

nước quả ép

сок

sữa

мляко

coca-cola

кола

rượu vang

вино

bia

бира

cồn

алкохол

cacao

какао

trà

чай

cà phê

кафе машина

espresso

еспресо

cappuccino

капучино

chuối

банан

quả táo

ябълка

quả cam

портокал

dưa hấu

пъпеш

chanh

лимон

cà rốt

морков

tỏi

чесън

tre

бамбук

củ hành

лук

nấm

гъба

hạt dẻ

ядки

mì

макарони

mì spaghetti

спагети

cơm

ориз

xà lách

салата

khoai tây chiên

пържени картофи

khoai tây chiên

печени картофи

bánh pizza

пица

bánh hamburger

хамбургер

bánh mì sandwich

сандвич

thịt côtlet

шницел

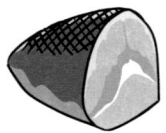

thịt giăm bông

шунка

xúc xích

траен колбас

dồi

салам

gà

пиле

rán

печено

cá

риба

cháo yến mạch

овесени ядки

cháo muesli

мюсли

bánh bột ngô nướng

корнфлейкс

bột mì

брашно

bánh sừng bò

кроасан

bánh mì

хлебчета

bánh mì

хляб

bánh mì nướng

препечена филийка

bánh bích quy

бисквити

bơ

масло

sữa đông

извара

bánh ngọt

сладкиш

trứng

яйце

trứng rán

яйца на очи

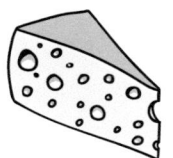

pho mát

сирене

kem

сладолед

đường

захар

mật ong

мед

mứt

мармалад

kem nougat

нуга крем

cà ri

къри

nông trại

селски двор

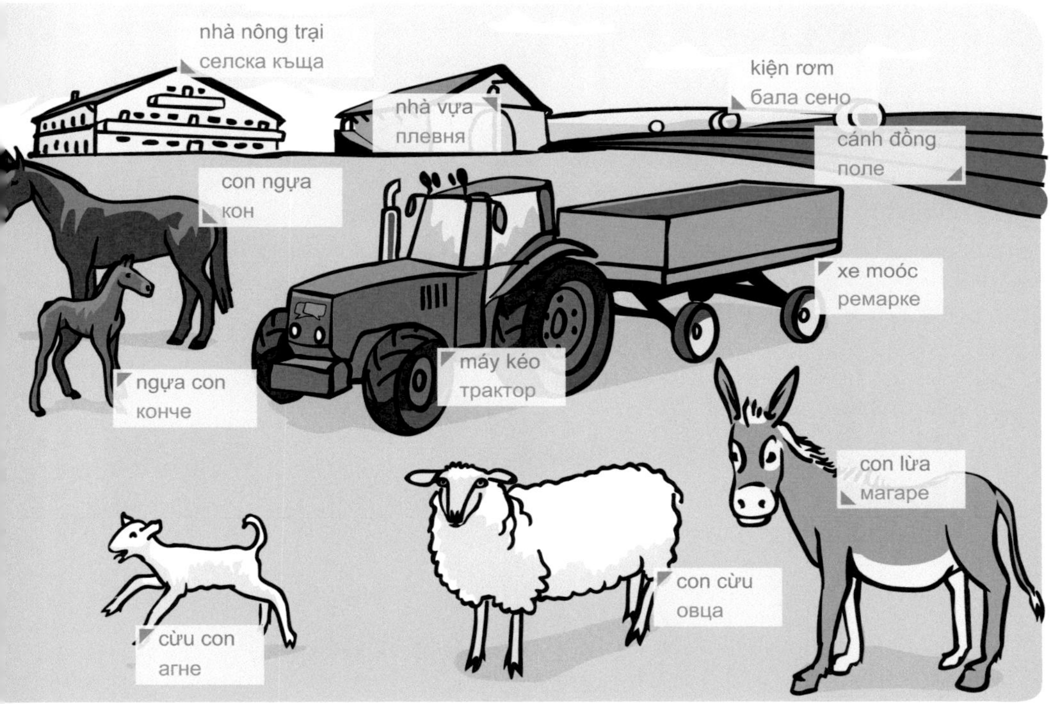

nhà nông trại
селска къща
nhà vựa
плевня
kiện rơm
бала сено
cánh đồng
поле
con ngựa
кон
xe moóc
ремарке
ngựa con
конче
máy kéo
трактор
con lừa
магаре
con cừu
овца
cừu con
агне

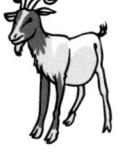

con dê

коза

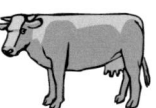

con bò

крава

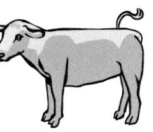

con bê

теле

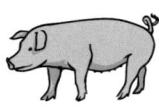

con lợn

свиня

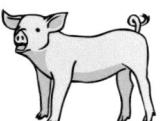

lợn con

прасенце

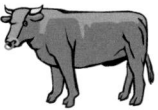

bò đực

бик

con ngỗng

гъска

con vịt

патица

gà con

пиленце

gà mái

кокошка

gà trống

петел

con chuột

плъх

mèo

котка

chuột nhắt

мишка

bò đực

вол

con chó

куче

nhà chuồng chó

кучешка колиба

ống tưới vườn cây

градински маркуч

thùng tưới cây

лейка

lưỡi hái

коса

cái cày

плуг

cái liềm

сърп

cái cuốc

мотика

cái chĩa

вила за тор

cái rìu

брадва

xe cút kít

ръчна количка

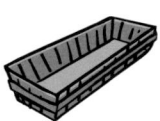

máng ăn

корито

lọ sữa

съд за мляко

bao tải

чувал

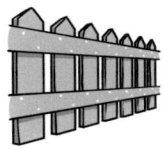

hàng rào

ограда

chuồng

обор

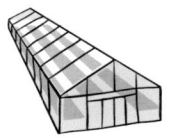

nhà kính trồng cây

парник

đất trồng

земя

hạt giống

сеитба

phân bón

тор

máy gặt đập liên hợp

комбайн

thu hoạch

жъна

mùa thu hoạch

реколта

khoai lang

ямс

lúa mì

жито

đậu nành

соя

khoai tây

картоф

ngô

царевица

hạt cải dầu

рапица

cây ăn trái

овощно дърво

sắn

маниока

ngũ cốc

зърнени храни

nhà

къща

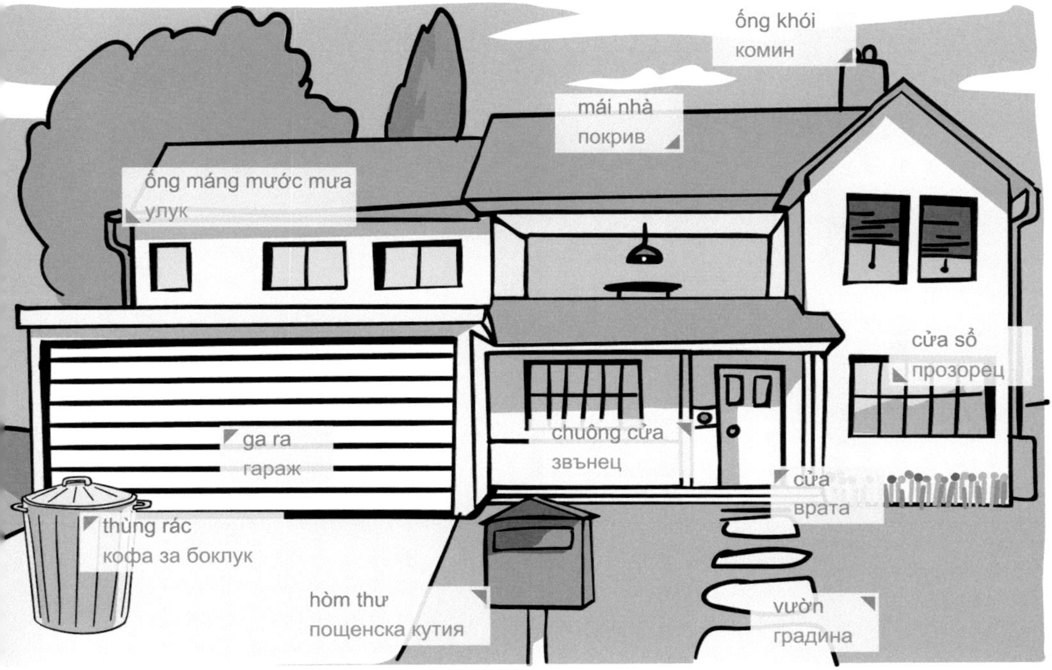

ống khói
комин
mái nhà
покрив
ống máng mước mưa
улук
cửa sổ
прозорец
chuông cửa
звънец
ga ra
гараж
cửa
врата
thùng rác
кофа за боклук
hòm thư
пощенска кутия
vườn
градина

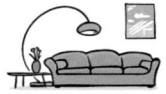

phòng khách

всекидневна

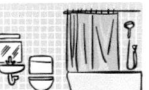

phòng tắm

баня

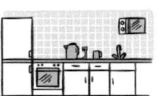

bếp

кухня

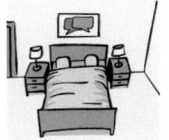

phòng ngủ

спалня

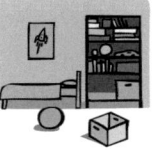

phòng trẻ em

детска стая

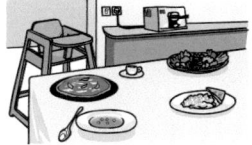

phòng ăn

трапезария

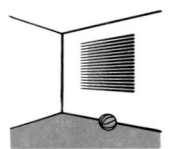

nền nhà

под

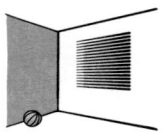

tường

стена

trần nhà

таван

tầng hầm

изба

tắm hơi

сауна

ban công

балкон

sân hiên

тераса

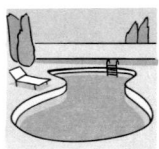

bể bơi

плувен басейн

máy cắt cỏ

косачка

khăn trải giường

спално бельо

khăn trải giường

покривка за легло

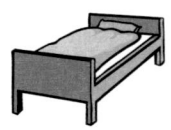

giường

легло

chổi

метла

cái xô

кофа

công tắc điện

електрически ключ

phòng khách
всекидневна

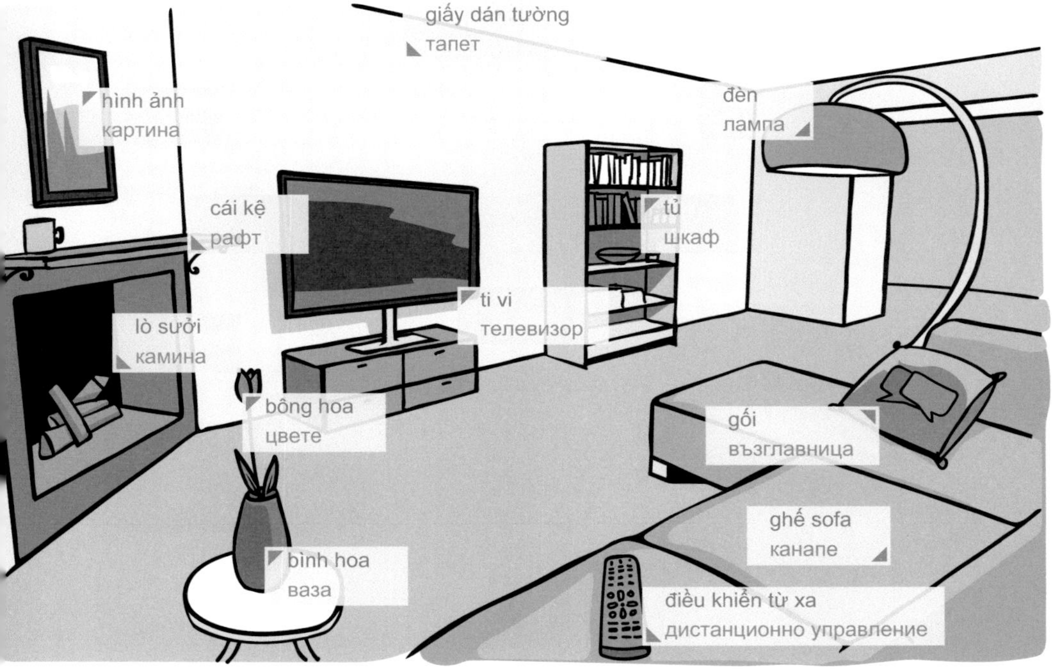
giấy dán tường
тапет
hình ảnh
картина
đèn
лампа
cái kệ
рафт
tủ
шкаф
ti vi
телевизор
lò sưởi
камина
bông hoa
цвете
gối
възглавница
ghế sofa
канапе
bình hoa
ваза
điều khiển từ xa
дистанционно управление

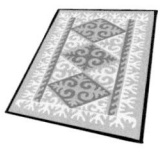

thảm
килим

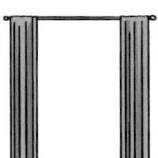

rèm
завеса

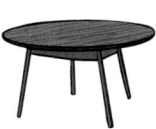

cái bàn
маса

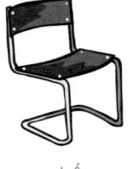

ghế
стол

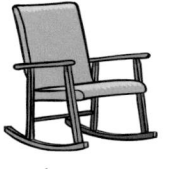

ghế bập bênh
люлеещ се стол

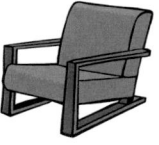

ghế bành
кресло

sách

книга

cái chăn

одеяло

đồ trang trí

декорация

củi

дърва за отопление

phim

филм

máy hi-fi

стерео уредба

chìa khóa

ключ

báo

вестник

bức tranh

живопис

áp phích

постер

radio

радио

sổ ghi chép

бележник

máy hút bụi

прахосмукачка

cây xương rồng

кактус

cây nến

свещ

bếp
кухня

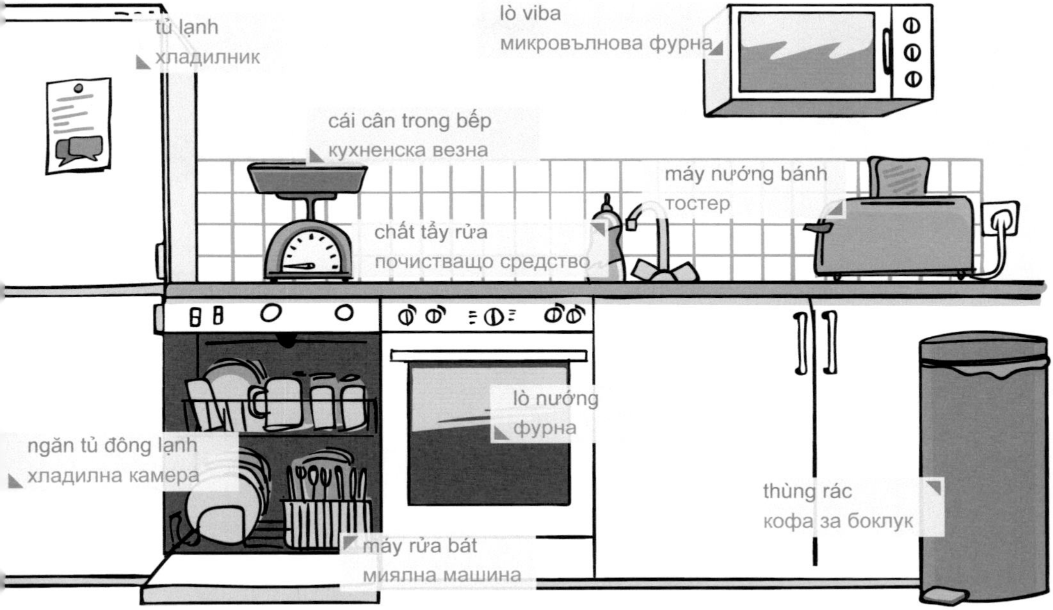

tủ lạnh
хладилник
lò viba
микровълнова фурна
cái cân trong bếp
кухненска везна
máy nướng bánh
тостер
chất tẩy rửa
почистващо средство
lò nướng
фурна
ngăn tủ đông lạnh
хладилна камера
thùng rác
кофа за боклук
máy rửa bát
миялна машина

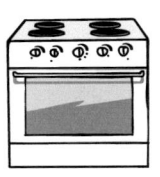

lò nấu

готварска печка

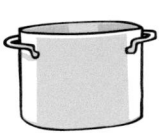

nồi

тенджера

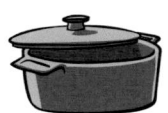

nồi sắt

желязна тенджера

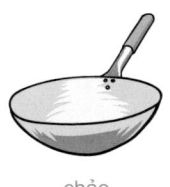

chảo

уок / кадаи

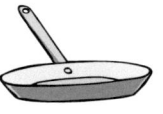

chảo

тиган

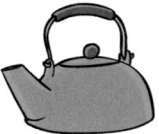

ấm đun nước

кана за затопляне на вода

nồi đun hơi

уред за готвене на пара

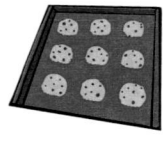

khay lò nướng

тава за печене

bát đĩa

съдове

cốc

чаша

cái bát

купа

đũa

клечки за хранене

cái vá

черпак

bàn xèng

лопатка за тиган

que đánh kem

тел за разбиване (на яйца, белтъци)

rây dùng trong bếp

кошница за варене

cái rây lọc

гевгир

cái nạo

ренде

vữa

хаван

vỉ nướng

барбекю

ngọn lửa trần

огнище

cái thớt

дъска

trục cán bột

точилка

cái mở nút chai

тирбушон

vỏ đồ hộp

кутия

cái mở vỏ đồ hộp

отварачка за консерви

miếng nhấc nồi

кухненска ръкохватка

bồn rửa bát

мивка

bàn chải

четка

miếng xốp

гъба

máy xay

миксер

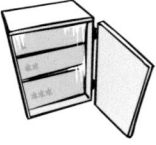

tủ đông lạnh

фризер

bình sữa cho trẻ sơ sinh

бебешко шише

vòi nước

воден кран

phòng tắm
баня

vòi hoa sen
душ

lò sưởi
отопление

khăn lau
хавлиена кърпа

rèm che ngăn tắm
завеса за баня

tắm bọt
шампоан за вана

bồn tắm
вана

cốc thủy tinh
стъклена чаша

máy giặt
перална машина

gạch lát
плочки

vòi nước
воден кран

cái bô
гърне

bồn rửa bát
мивка

bồn cầu

тоалетна

bồn cầu ngồi xổm

клекало

bồn rửa hậu môn

биде

bồn tiểu tiện

писоар

giấy vệ sinh

тоалетна хартия

bàn chải cọ bồn cầu

четка за тоалетна

bàn chải đánh răng

четка за зъби

kem đánh răng

паста за зъби

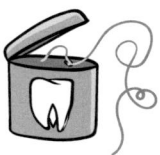

chỉ nha khoa

конец за зъби

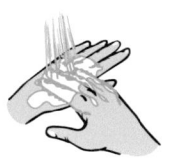

rửa

мия

vòi sen cầm tay

ръчен душ

vòi rửa hậu môn

интимен душ

bồn rửa

леген

bàn chải cọ lưng

четка за гръб

xà phòng

сапун

sữa tắm

душ гел

dầu gội

шампоан за вана

khăn cọ để tắm

гъба за баня

lỗ thoát nước

сифон

kem

крем

chất khử mùi

дезодорант

gương

огледало

gương tay

козметично огледало

dao cạo râu

ръчна самобръсначка

kem cạo râu

пяна за бръснене

nước thơm dùng sau khi cạo râu

одеколон за след бръснене

cái lược

гребен

bàn chải

четка

máy xấy tóc

сешоар

keo xịt tóc

спрей за коса

đồ trang điểm

грим

thỏi son môi

червило

sơn bôi móng

лак за нокти

bông

памук

kéo cắt móng

ножица за нокти

nước hoa

парфюм

túi đựng đồ tắm

тоалетна чантичка

ghế đẩu

табуретка

cái cân

везна

áo choàng tắm

хавлия

găng tay làm vệ sinh

домакински ръкавици

nút gạc

тампон

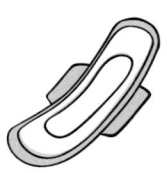

băng vệ sinh

дамски превръзки

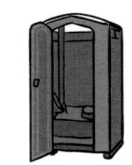

nhà vệ sinh hóa chất

химическа тоалетна

phòng trẻ em

детска стая

đồng hồ báo thức
будилник
thú bông
плюшена играчка
xe đồ chơi
автомобил играчка
cái lúc lắc
дрънкалка
nhà búp bê
къща за кукли
món quà
подарък

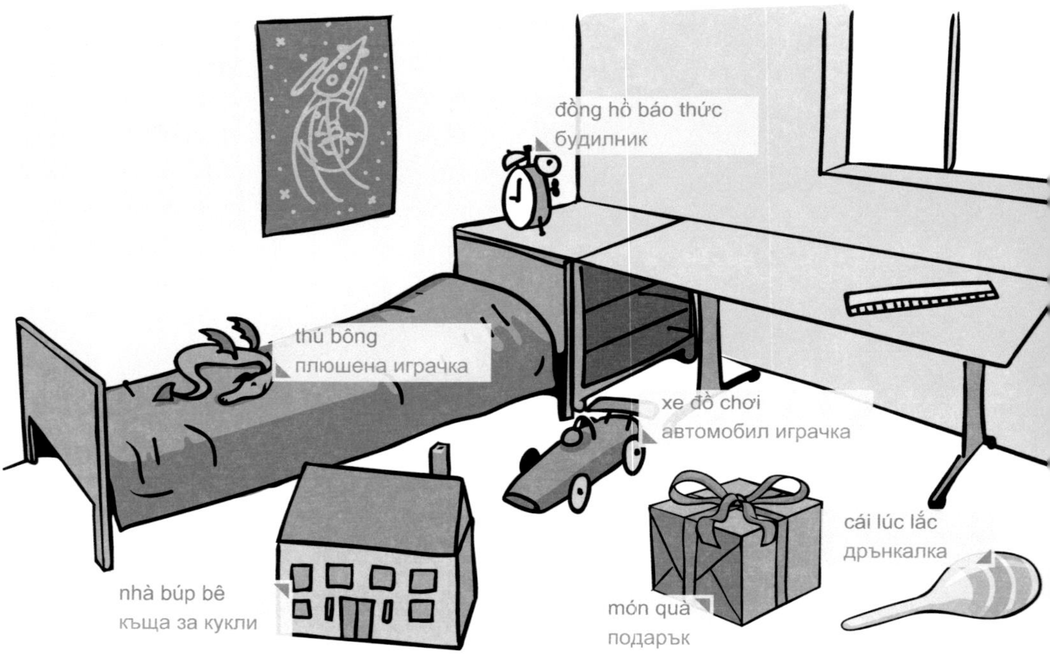

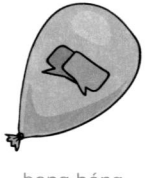

bong bóng

балон

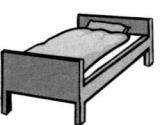

giường

легло

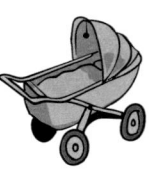

xe nôi

детска количка

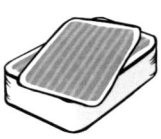

trò chơi bài

игра на карти

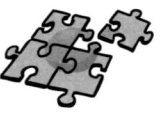

trò chơi ghép hình

пъзел

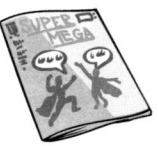

truyện tranh

комикс

gạch Lego

лего елементи

khối xếp hình

строителни елементи

nhân vật hành động

екшън фигурка

o liền quần cho trẻ sơ sinh

бебешки гащеризон

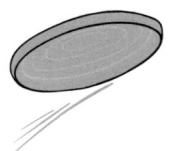

đĩa nhựa để ném

фрисби

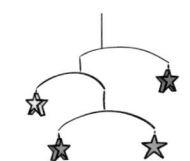

đồ chơi treo trên giường

бебешки играчки за легло

trò chơi cờ bàn

настолна игра

xúc xắc

зарче

đồ chơi xe lửa mô hình

миниатюрно влакче

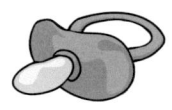

ti giả

биберон

buổi tiệc

парти

sách tranh

детска книга с илюстрации

quả bóng

топка

búp bê

кукла

chơi

играя

hố cát

пясъчник

cái đu

люлка

đồ chơi

играчка

máy chơi game cầm tay

игрова конзола

xe ba bánh

велосипед с три колелета

gấu bông

плюшено мече

tủ quần áo

гардероб

y phục
облекло

bít tất

къси чорапи

bít tất dài

дълги чорапи

quần tất

чорапогащник

khăn choàng cổ
шал

ô che mưa
чадър

áp phông
Т-шърт

dây thắt lưng
колан

dép đi trong nhà
пантофи

ủng
ботуши

giày sneaker
гуменки

dép xăng đan
сандали

giày
обувки

ủng cao su
гумени ботуши

quần lót
слип

áo ngực
сутиен

áo vest
долна блуза

áo ôm sát cơ thể

боди

quần dài

панталон

quần bò

дънки

váy

пола

áo cánh

блуза

áo sơ mi

риза

áo len chui đầu

пуловер

áo len

суичър

áo blazer

блейзър

áo jacket

яке

áo khoác

палто

áo mưa

дъждобран

trang phục

костюм

áo váy

рокля

áo cưới

булчинска рокля

y phục - облекло

bộ com lê

костюм

áo ngủ

нощница

pijama

пижама

trang phục sari

сари

khăn trùm đầu

кърпа за глава

khăn đội đầu

тюрбан

áo burka

бурка

áo captan

кафтан

áo aba

абая

quần áo bơi

бански костюм

quần bơi

плувни шорти

quần đùi

къс панталон

quần áo tracksuit

анцуг

tạp dề

престилка

găng tay

ръкавици

cái cúc

копче

kính mắt

очила

vòng đeo tay

гривна

vòng cổ

верижка

nhẫn

пръстен

hoa tai

обеца

mũ lưỡi trai

каскет

cái mắc treo áo quần

закачалка

mũ

шапка

cà vạt

вратовръзка

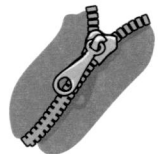

dây kéo phéc mơ tuya

цип

mũ bảo hiểm

каска

dây đeo quần

тиранти

đồng phục học sinh

ученическа униформа

đồng phục

униформа

y phục - облекло

yếm trẻ em
....
лигавник

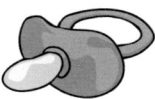

ti giả
....
биберон

tã lót
....
пелена

văn phòng

офис

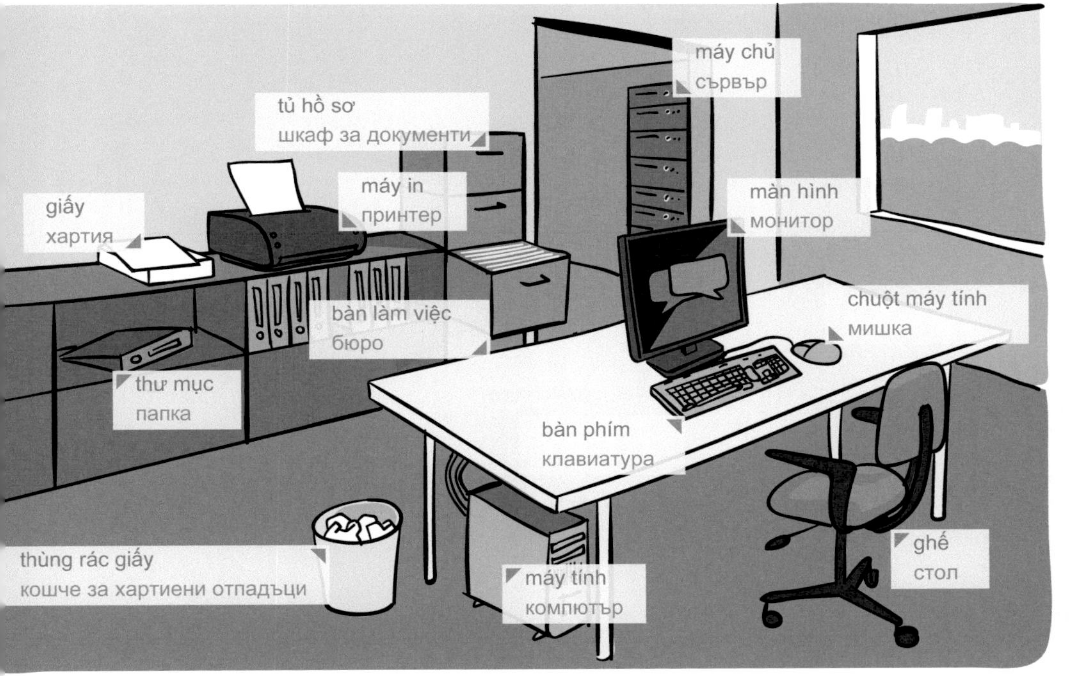

máy chủ
сървър

tủ hồ sơ
шкаф за документи

máy in
принтер

màn hình
монитор

giấy
хартия

chuột máy tính
мишка

bàn làm việc
бюро

thư mục
папка

bàn phím
клавиатура

thùng rác giấy
кошче за хартиени отпадъци

ghế
стол

máy tính
компютър

cốc cà phê
....
чаша за кафе

máy tính bỏ túi
....
джобен калкулатор

internet
....
интернет

laptop

лаптоп

thư

писмо

tin nhắn

съобщение

điện thoại di động

мобилен телефон

mạng

мрежа

máy photocopy

ксерокс

phần mềm

софтуер

điện thoại

телефон

ổ cắm điện

контакт

máy fax

факс

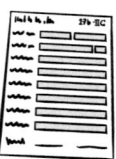

mẫu đơn

формуляр

chứng từ

документ

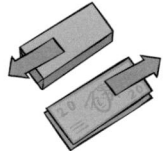

mua

купувам

trả tiền

плащам

buôn bán

търгувам

tiền

пари

 **USD**

đô la

долар

 **EUR**

Euro

евро

 **JPY**

yên

йена

 **RUB**

rúp

рубла

 **CHF**

franc Thụy Sĩ

швейцарски франк

 **CNY**

nhân dân tệ

ренминби юан

 **INR**

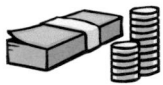

rupi

рупия

máy rút tiền tự động

банкомат

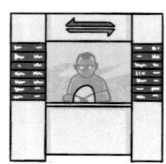

quầy đổi tiền

обменно бюро

vàng

злато

bạc

сребро

dầu

нефт

năng lượng

енергия

giá tiền

цена

hợp đồng

договор

thuế

данък

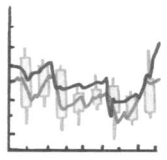

cổ phiếu

акция

làm việc

работя

nhân viên

служител

chủ lao động

работодател

nhà máy

фабрика

cửa hiệu

магазин за цветя

nghề nghiệp
професии

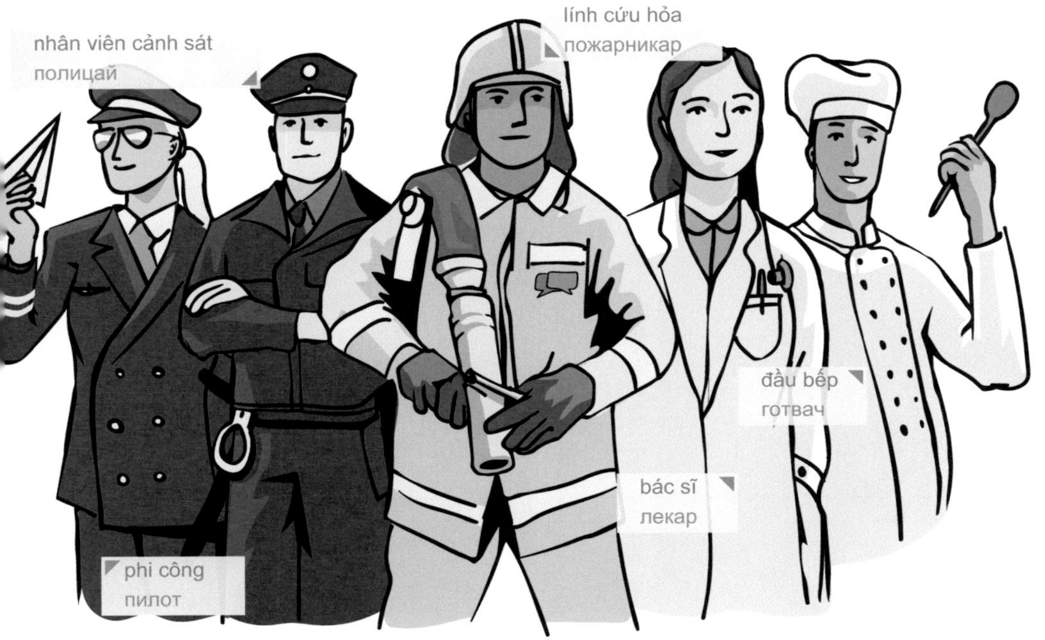

lính cứu hỏa
пожарникар
nhân viên cảnh sát
полицай
đầu bếp
готвач
bác sĩ
лекар
phi công
пилот

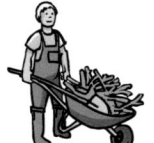

người làm vườn
градинар

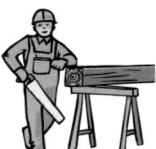

thợ mộc
мебелист

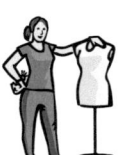

thợ may
шивачка

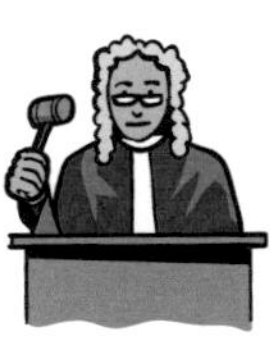

chánh án
съдия

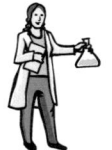

nhà hóa học
химик

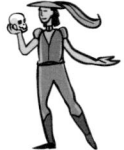

diễn viên
артист

tài xế xe buýt

шофьор на автобус

người lái taxi

шофьор на такси

ngư dân

рибар

người lau dọn vệ sinh

чистачка

thợ lợp mái nhà

майстор на покриви

bồi bàn

келнер

thợ săn

ловец

họa sĩ

художник

thợ làm bánh

хлебар

thợ điện

електротехник

thợ xây dựng

строителен работник

kỹ sư

инженер

người hàng thịt

касапин

thợ sửa ống nước

тенекеджия

người đưa thư

пощальон

nghề nghiệp - професии

người lính

войник

kiến trúc sư

архитект

nhân viên thu ngân

касиер

người bán hoa

цветар

thợ cắt tóc

фризьор

nhân viên soát vé

кондуктор

thợ cơ khí

механик

thuyền trưởng

капитан

nha sĩ

зъболекар

nhà khoa học

научен работник

giáo sĩ Do thái

равин

lãnh tụ Hồi giáo

имàм

nhà sư

монах

mục sư

свещеник

dụng cụ
инструменти

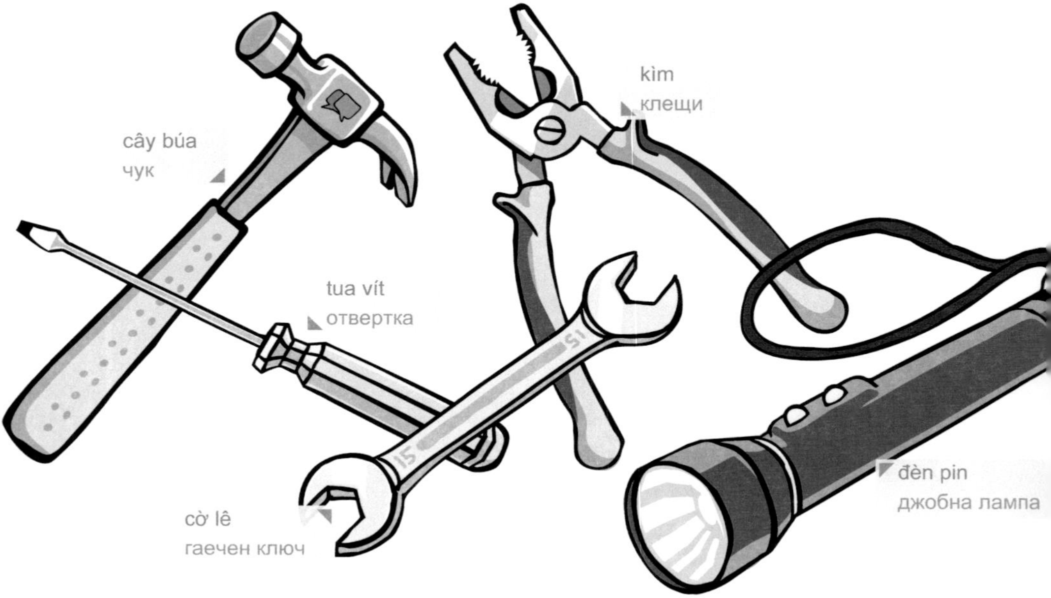

kìm
клещи
cây búa
чук
tua vít
отвертка
đèn pin
джобна лампа
cờ lê
гаечен ключ

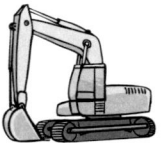

máy xúc đất

багер

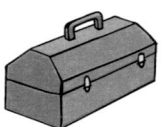

hộp dụng cụ

кутия за инструменти

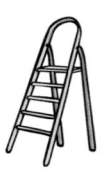

cái thang

стълба

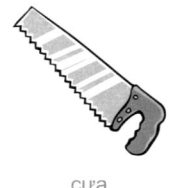

cưa

трион

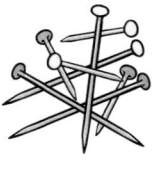

đinh

пирони

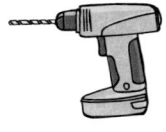

máy khoan

бормашина

sửa chữa
ремонтирам

cái xẻng
лопата

khốn nạn!
По дяволите!

cái hót rác
лопатка за смет

thùng sơn
кутия за боя

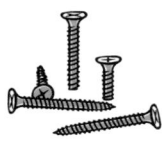

vít
болтове

nhạc cụ
музикални инструменти

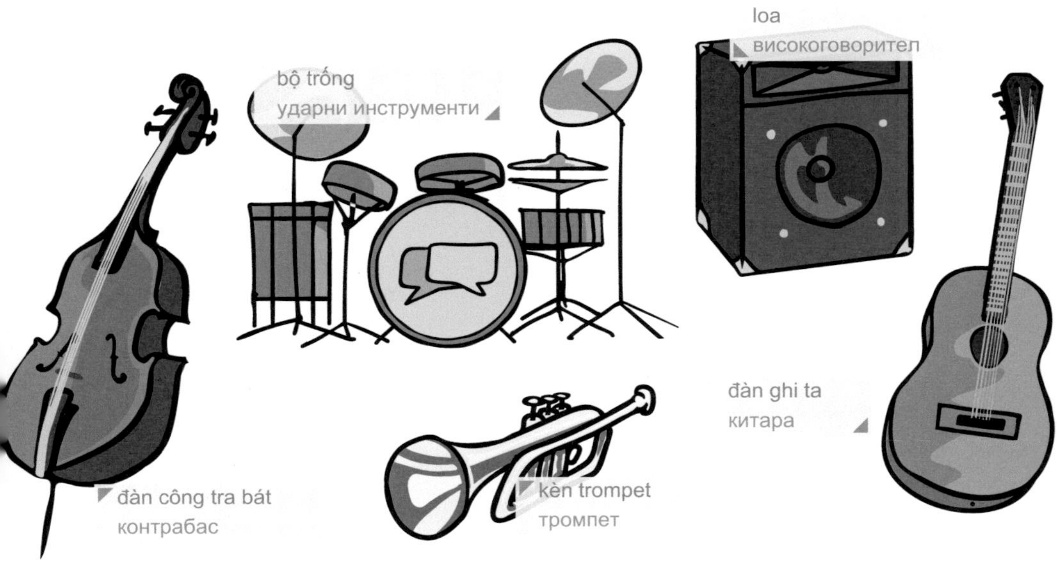

loa
високоговорител

bộ trống
ударни инструменти

đàn ghi ta
китара

đàn công tra bát
контрабас

kèn trompet
тромпет

đàn piano

пиано

đàn vĩ cầm

виолина

ghi ta bass

контрабас

trống định âm

тимпан

trống

барабан

đàn organ

електрическо пиано

kèn Saxophone

саксофон

sáo

флейта

micro

микрофон

vườn bách thú

зоологическа градина

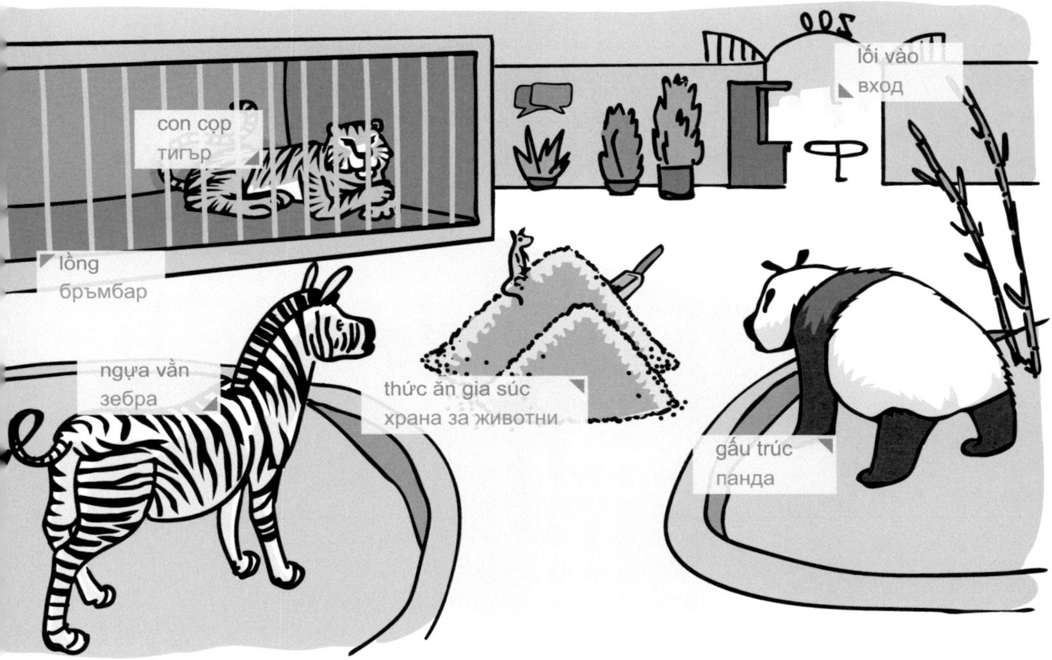

zoo
lối vào
вход
con cọp
тигър
lồng
брълмбар
ngựa vằn
зебра
thức ăn gia súc
храна за животни
gấu trúc
панда

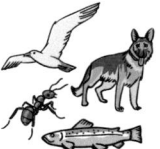

động vật

животни

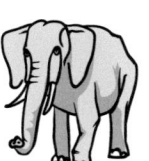

con voi

слон

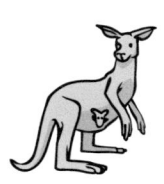

chuột túi

кенгуру

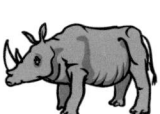

tê giác

носорог

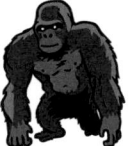

khỉ đột

горила

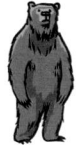

con gấu

мечка

lạc đà

камила

đà điểu

щраус

sư tử

лъв

con khỉ

маймуна

hồng hạc

фламинго

con vẹt

папагал

gấu bắc cực

бяла мечка

chim cánh cụt

пингвин

cá mập

акула

con công

паун

con rắn

змия

cá sấu

крокодил

người trông giữ vườn bách
thú

пазач в зоологическа
градина

hải cẩu

тюлен

báo đốm

ягуар

vườn bách thú - зоологическа градина

ngựa lùn

пони

con báo

леопард

hà mã

хипопотам

hươu cao cổ

жираф

đại bàng

орел

heo rừng

диво прасе

cá

риба

con rùa

костенурка

hải mã

морж

con cáo

лисица

linh dương

газела

bóng bầu dục Mỹ
американски футбол

đua xe đạp
колоездене

quần vợt
тенис

bóng rổ
баскетбол

bơi
плуване

đấm bốc
бокс

khúc côn cầu trên băng
хокей на лед

bóng đá
футбол

cầu lông
бадминтон

điền kinh
лека атлетика

bóng ném
хандбал

trượt tuyết
ски бягане

polo
поло

nhảy
скачам

cười
смея се

ôm
прегръщам

đi bộ
вървя

ca hát
пея

cầu nguyện
моля се

hôn
целувам

mơ
сънувам

viết
пиша

vẽ
рисувам

chỉ trỏ
показвам

đẩy
бутам

cho
давам

lấy đi
взимам

có

имам

làm

правя

thì / là

съм

đứng

стоя

chạy

тичам

kéo

дърпам

ném

хвърлям

rơi

падам

nằm

лежа

chờ đợi

чакам

mang vác

нося

ngồi

седя

mặc quần áo

обличам

ngủ

спя

thức dậy

събуждам се

xem

разглеждам

khóc

плача

vuốt ve

милвам

chải

реша се

nói chuyện

говоря

hiểu

разбирам

câu hỏi

питам

nghe

слушам

uống

пия

ăn

ям

dọn dẹp

разтребвам

yêu

обичам

nấu nướng

готвя

lái xe

карам автомобил

bay

летя

các hoạt động - дейности

đi thuyền buồm

плавам (с платна)

tính toán

смятане

đọc

чета

học

уча

làm việc

работя

cưới

женя се

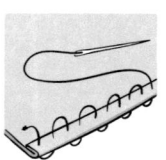

khâu vá

шия

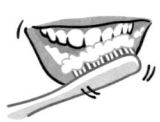

đánh răng

измивам си зъбите

giết

убивам

hút thuốc

пуша

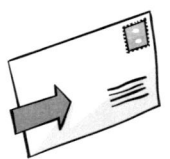

gửi đi

изпращам

nội (ngoại)
ба

ông nội (ngoại)
дядо

cha
баща

mẹ
майка

trẻ con
бебе

con gái
дъщеря

con trai
син

khách

посетител

cô (dì)

леля

chú, bác (cậu)

чичо

anh (em) trai

брат

chị (em) gái

сестра

cơ thể

тяло

trán
чело
mắt
око
vai
рамо
ngón tay
пръст
mặt
лице
cằm
брадичка
bàn tay
ръка
ngực
гърди
chân
крак
cánh tay
ръка

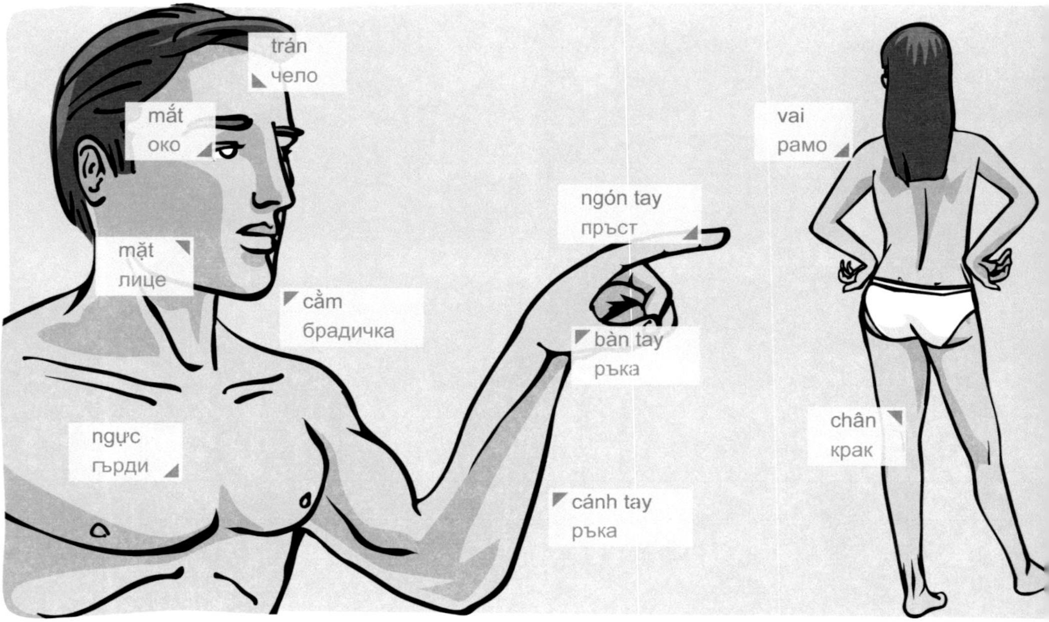

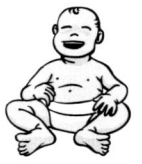

trẻ con
бебе

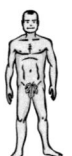

đàn ông
мъж

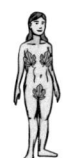

phụ nữ
жена

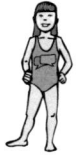

bé gái
момиче

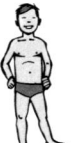

bé trai
момче

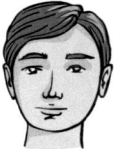

đầu
глава

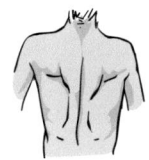

lưng

гръб

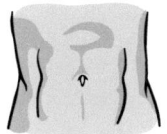

bụng

корем

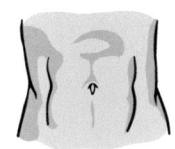

rốn

пъп

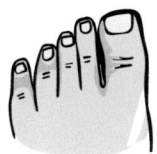

ngón chân

пръст на крака

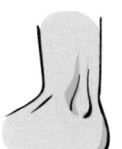

gót chân

пета

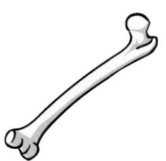

xương

кост

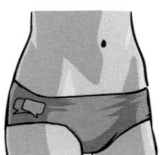

hông

хълбок

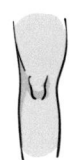

đầu gối

коляно

khuỷu tay

лакът

mũi

нос

mông

седалище

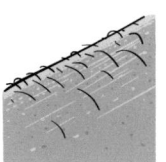

da

кожа

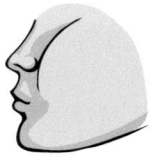

má

буза

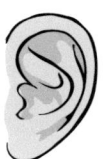

tai

ухо

môi

устна

cơ thể - тяло

miệng

уста

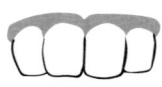

răng

зъб

lưỡi

език

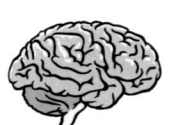

não

мозък

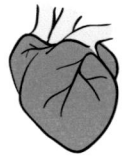

tim

сърце

cơ bắp

мускул

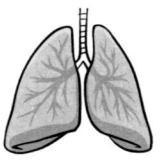

phổi

бял дроб

gan

черен дроб

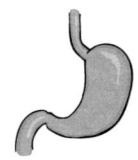

dạ dày

стомах

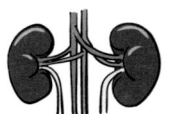

thận

бъбреци

giao hợp

полово сношение

bao cao su

кондом

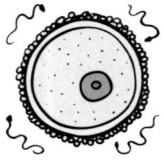

noãn

яйцеклетка

tinh dịch

сперма

mang thai

бременност

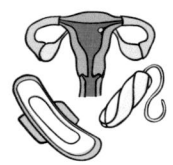

kinh nguyệt

менструация

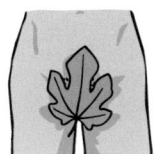

âm vật

вагина

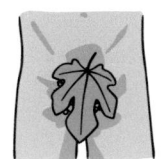

dương vật

пенис

lông mày

вежда

tóc

коса

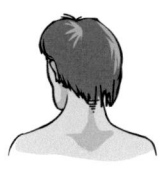

cổ

шия

bệnh viện
болница

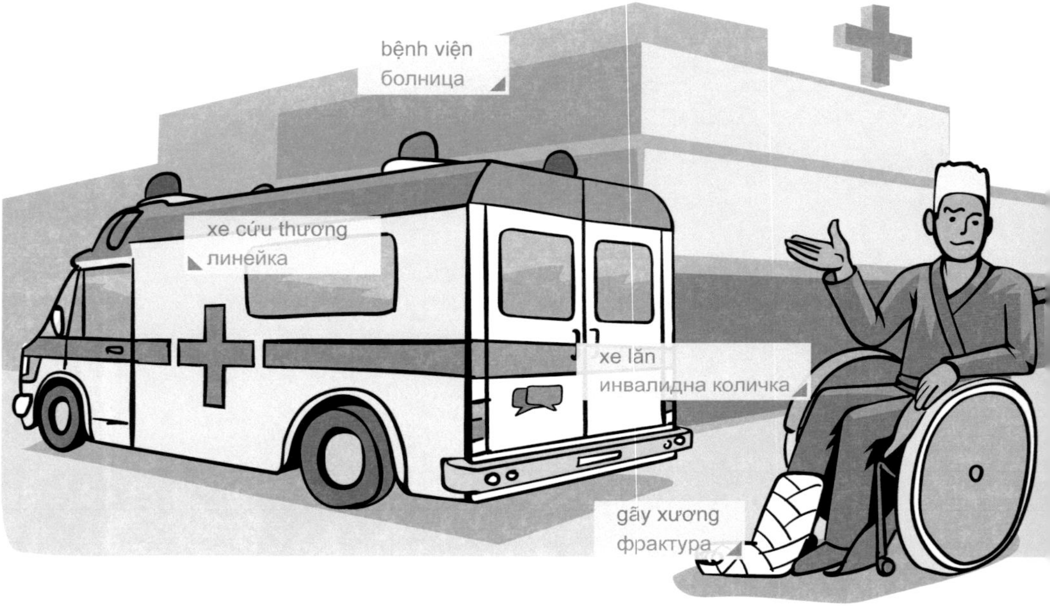

bệnh viện
болница
xe cứu thương
линейка
xe lăn
инвалидна количка
gãy xương
фрактура

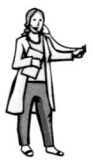

bác sĩ

лекар

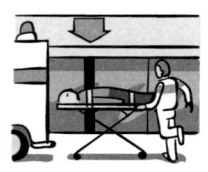

phòng cấp cứu

спешна хоспитализация

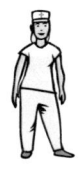

y tá

медицинска сестра

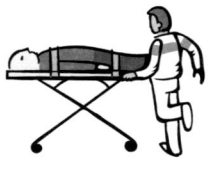

cấp cứu

спешен случай

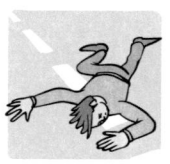

bất tỉnh

в безсъзнание

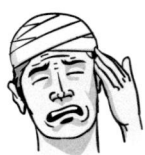

cơn đau

болка

bị thương

нараняване

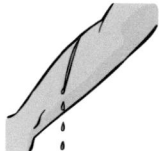

chảy máu

кървене

nhồi máu cơ tim

инфаркт

đột quỵ

инсулт

dị ứng

алергия

ho

кашлица

sốt

температура

cúm

грип

tiêu chảy

диария

đau đầu

главоболие

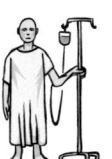

ung thư

рак

bệnh tiểu đường

диабет

bác sĩ phẫu thuật

хирург

dao mổ

скалпел

giải phẫu

операция

chụp cắt lớp

компютърна томография

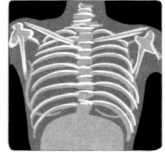

chụp x-quang

рентген

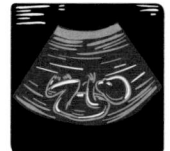

siêu âm

ултразвук

mặt nạ

маска

bệnh

болест

phòng đợi

чакалня

cái nạng

патерица

băng dán vết thương

пластир

băng bó

превръзка

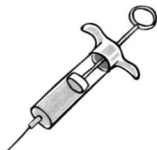

tiêm thuốc

инжекция

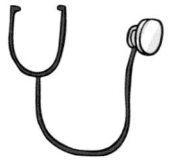

ống nghe khám bệnh

стетоскоп

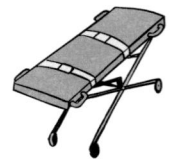

băng ca

носилка

nhiệt kế

термометър

sinh đẻ

раждане

thừa cân

наднормено тегло

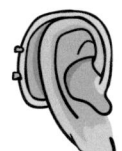

máy trợ thính

слухов апарат

chất khử trùng

дезинфекционно средство

nhiễm trùng

инфекция

vi rút

вирус

HIV / AIDS

HIV / AIDS

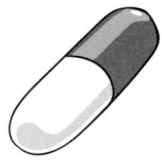

thuốc

медицина

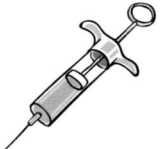

tiêm chủng

ваксинация

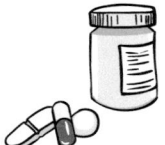

thuốc viên

таблети

viên thuốc

противозачатъчна таблетка

gọi cấp cứu

спешно телефонно обаждане

máy đo huyết áp

апарат за измерване на кръвното налягане

bệnh / khỏe mạnh

болен / здрав

cứu!

Помощ!

báo động

сигнал за тревога

cuộc đột kích

нападение

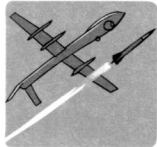

sự tấn công

атака

mối nguy hiểm

опасност

lối thoát hiểm

авариен изход

cháy!

Пожар!

bình chữa cháy

пожарогасител

tai nạn

злополука

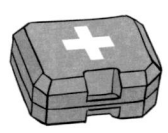

bộ dụng cụ sơ cứu

комплект за оказване на
първа помощ

SOS

SOS

cảnh sát

полиция

châu Âu

Европа

Bắc Mỹ

Северна Америка

Nam Mỹ

Южна Америка

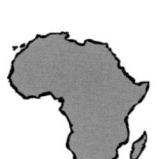

châu Phi

Африка

châu Á

Азия

châu Úc

Австралия

Đại Tây Dương

Атлантически океан

Thái Bình Dương

Тихи океан

Ấn Độ Dương

Индийски океан

Nam Cực Dương

Южен ледовит океан

Bắc Băng Dương

Северен ледовит океан

bắc cực

Северен полюс

nam cực

Южен полюс

nam cực

Антарктида

trái đất

Земя

đất liền

суша

biển

море

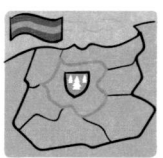

đảo

остров

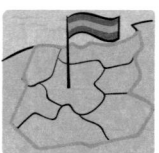

quốc gia

нация

nhà nước

държава

mặt đồng hồ

циферблат

kim chỉ giờ

стрелка на часовете

kim chỉ phút

стрелка на минутите

kim chỉ giây

стрелка на секундите

Bây giờ là mấy giờ?

Колко е часът?

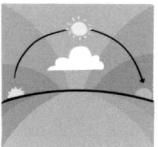

ngày

ден

thời gian

време

bây giờ

сега

đồng hồ điện tử

дигитален часовник

phút

минута

giờ

час

tuần lễ
седмица

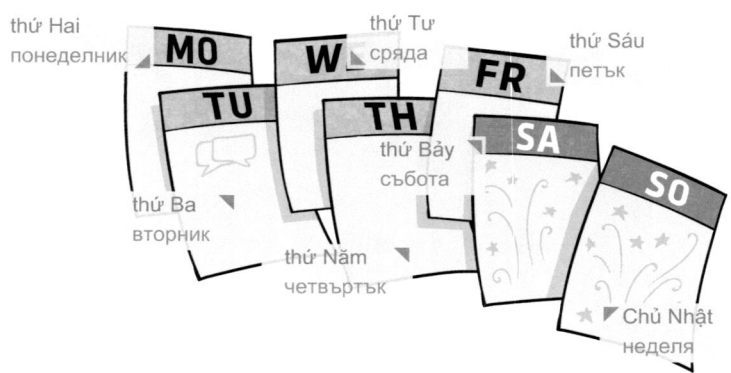

thứ Hai / понеделник
thứ Tư / сряда
thứ Sáu / петък
thứ Ba / вторник
thứ Năm / четвъртък
thứ Bảy / събота
Chủ Nhật / неделя

hôm qua

вчера

hôm nay

днес

ngày mai

утре

buổi sáng

сутрин

buổi trưa

обед

buổi tối

вечер

ngày làm việc

работни дни

cuối tuần

уикенд

mưa
дъжд

cầu vồng
дъга

tuyết
сняг

gió
вятър

mùa xuân
пролет

mùa thu
есен

mùa hè
лято

mùa đông
зима

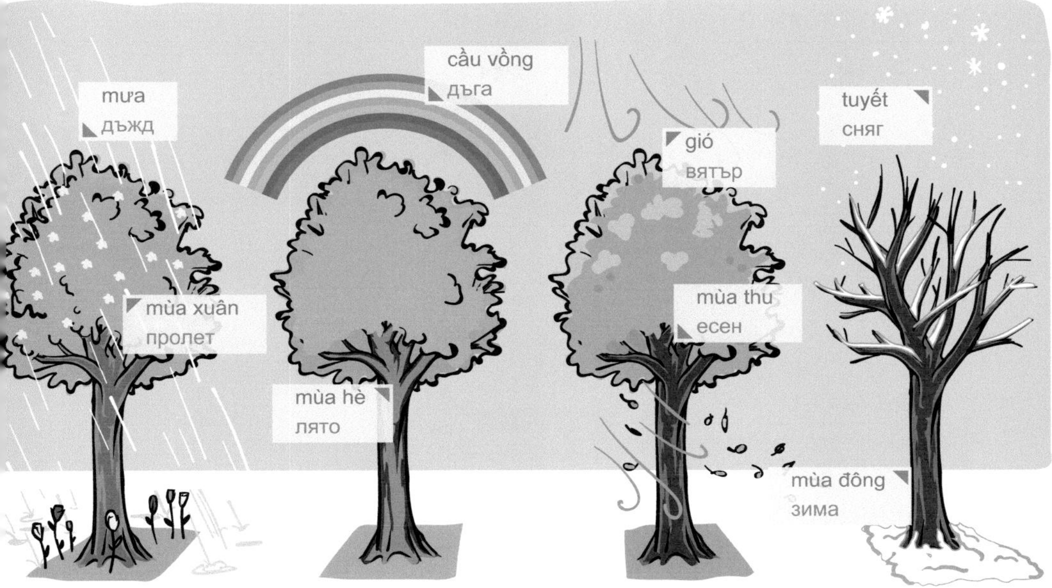

dự báo thời tiết

прогноза за времето

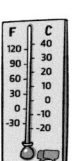

nhiệt kế

термометър

ánh nắng

слънчева светлина

mây

облак

sương mù

мъгла

độ ẩm không khí

влажност на въздуха

tia chớp

светкавица

sấm sét

гръмотевица

cơn bão

буря

mưa đá

градушка

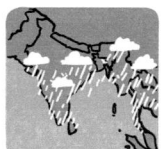

gió mùa

мусон

lũ lụt

наводнение

nước đá

лед

tháng Một

януари

tháng Hai

февруари

tháng Ba

март

tháng Tư

април

tháng Năm

май

tháng Sáu

юни

tháng Bảy

юли

tháng Tám

август

tháng Chín

септември

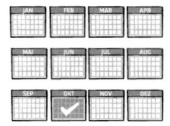

tháng Mười

октомври

tháng Mười Một

ноември

tháng Mười Hai

декември

hình dạng
форми

hình tròn

кръг

hình vuông

квадрат

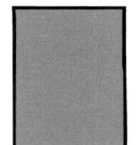

hình chữ nhật

четириъгълник

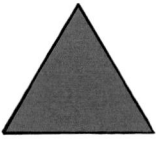

hình tam giác

триъгълник

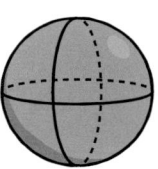

hình cầu

сфера

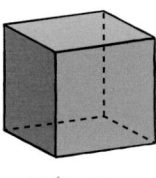

khối vuông

куб

màu trắng

бял

màu vàng

жълт

màu cam

оранжев

màu hồng

розов

màu đỏ

червен

màu tím

лилав

màu xanh dương

син

màu xanh lá cây

зелен

màu nâu

кафяв

màu xám

сив

màu đen

черен

nhiều / ít

много / малко

tức tối / điềm tĩnh

ядосан / спокоен

xinh đẹp / xấu xí

красив / грозен

bắt đầu / kết thúc

начало / край

to / nhỏ

голям / малък

sáng / tối

светъл / тъмен

anh (em) trai / chị (em) gái

брат / сестра

sạch / bẩn

чист / мръсен

đủ / thiếu

пълен / непълен

ngày / đêm

ден / нощ

chết / sống

мъртъв / жив

rộng / chật hẹp

широк / тесен

ăn được / không ăn được

ядлив / неядлив

ác / tử tế

сърдит / любезен

hào hứng / chán nản

развълнуван / скучаещ

béo / gầy

дебел / тънък

đầu tiên / cuối cùng

най-напред / най-накрая

bạn / thù

приятел / враг

đầy / rỗng

пълен / празен

cứng / mềm

твърд / мек

nặng / nhẹ

тежък / лек

đói / khát

глад / жажда

bệnh / khỏe mạnh

болен / здрав

bất hợp pháp / hợp pháp

нелегален / легален

thông minh / ngu

интелигентен / глупав

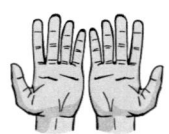

trái / phải

ляво / дясно

gần / xa

близо / далече

mới / cũ

нов / употребяван

không có gì cả / có cái gì đó

нищо / нещо

già / trẻ

стар / млад

bật / tắt

вкл. / изкл.

mở / đóng

отворен / затворен

im lặng / ồn ào

тих / силен (звук)

giàu / nghèo

богат / беден

đúng / sai

правилен / погрешен

sần sùi / mịn màng

грапав / гладък

buồn / vui

тъжен / щастлив

ngắn / dài

дълъг / къс

chậm / nhanh

бавен / бърз

ẩm ướt / khô ráo

мокър / сух

ấm áp / mát mẻ

топъл / студен

chiến tranh / hòa bình

война / мир

0

số không

нула

1

một

едно

2

hai

две

3

ba

три

4

bốn

четири

5

năm

пет

6

sáu

шест

7

bảy

седем

8

tám

осем

9

chín

девет

10

mười

десет

11

mười một

единадесет

12

mười hai

дванадесет

13

mười ba

тринадесет

14

mười bốn

четиринадесет

15

mười lăm

петнадесет

16

mười sáu

шестнадесет

17

mười bảy

седемнадесет

18

mười tám

осемнадесет

19

mười chín

деветнадесет

20

hai mươi

двадесет

100

một trăm

сто

1.000

một ngàn

хиляда

1.000.000

một triệu

милион

các ngôn ngữ
езици

tiếng Anh

английски

tiếng Anh Mỹ

американски английски

tiếng Quan Thoại

китайски мандарин

tiếng Hin-di

хинди

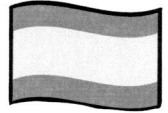

tiếng Tây Ban Nha

испански

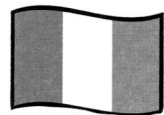

tiếng Pháp

френски

tiếng À-rập

арабски

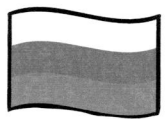

tiếng Nga

руски

tiếng Bồ Đào Nha

португалски

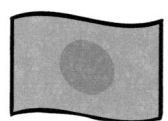

tiếng Bengal

бенгалски

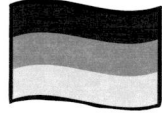

tiếng Đức

немски

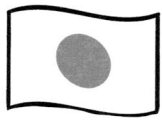

tiếng Nhật

японски

tôi

аз

bạn

ти

anh ta / cô ta / nó

той / тя / то

chúng tôi

ние

các bạn

вие

họ

те

ai?

кой?

cái gì?

какво?

như thế nào?

как?

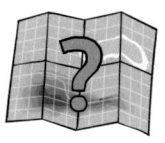

ở đâu?

къде?

lúc nào?

кога?

tên

име

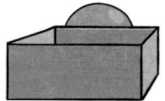

phía sau

зад

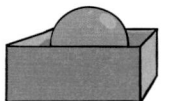

ở trong

в

phía trước

пред

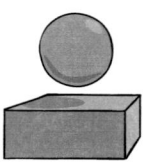

phía trên

над

ở trên

върху

ở dưới

под

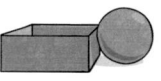

bên cạnh

до

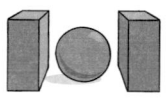

ở giữa

между

chỗ

място